युनेस्को प्रमाणित भारतातील जागतिक वारसास्थळांची शृंखला

United Nations
Educational, Scientific and
Cultural Organization

सांची

जिथे उडणारे वाघ आणि शिंगं असलेले सिंह आहेत

लेखक : सोहेल हाश्मी
आर्टिस्ट : परवेज राजन
अनुवाद : चिन्मया सुमंत-कुलकर्णी

MANJUL
मंजुल पब्लिशिंग हाउस

भोपाळमधील दोन प्राथमिक शाळेतली काही मुलं सांची येथे सहलीला जाणार होती. त्या सहलीच्या तयारीला मुलांनी खूप आधीच सुरुवात केली.

आम्ही गांधी भवनात जमलो, तेव्हा हवा छान होती. आकाश निरभ्र होतं, ऊनही कमी होतं. आम्ही सकाळी सात वाजता भोपाळपासून ४८ किलोमीटर लांब असलेल्या सांचीकडे निघालो, तेव्हा भोपाळमधली इतर जनता अर्ध्या झोपेत होती.

आठ ते तेरा वयोगटांतील ही दहा मुलं सकाळी लवकर निघायचं म्हणून खूप उत्साहात होती. आमच्याबरोबर अनुपमाताई, प्रियाताई आणि मोहसिनदादा हे तिघेही होते.

या मुलांपैकी चार मुलं खूप लहान असताना सांचीला जाऊन आली होती; पण त्यांनी तिथे काय बघितलं त्यातलं निम्मं ते विसरले होते आणि इतरांना ते काय बघणार आहेत हे माहीत नव्हतं. नवीन ठिकाणी जायचं म्हणून मुलं उत्साहात होती, त्यातच रस्त्यात मफिन्स, बिस्किटं, ज्यूस असा नाष्टा करण्यासाठी एका हॉटेलमध्ये थांबायचं ठरल्यावर त्यांनी आनंदाने एकमेकांना टाळ्या दिल्या.

अमूल्या सोडून बाकी सगळे खूप खूश होते. तिला प्रवासात गाडी लागून उलट्या होत होत्या, त्यामुळे आम्हाला बऱ्याचदा थांबावं लागलं. गाडीत मध्यभागी बसलं आणि फक्त समोर बघत राहिलं, तर आपल्याला त्रास होत नाहीये हे तिला कळेपर्यंत आम्ही सांचीला पोहोचलो होतो. सगळा परिसर फिरून झाल्यावर तिने व्यवस्थित खाल्लं आणि परतीच्या प्रवासात ती छान होती, त्यामुळे फार काही काळजी करण्याचं कारण नव्हतं.

चालत्या गाडीत मुलांचं क्रीमची बिस्किटं खाणं आणि मँगो ज्यूस पिणं चालू असतानाच दुसरा स्तूप दिसला आणि लगेच नजरेआड गेला. थोड्याच वेळात आम्ही सांची गावात प्रवेश केला. मध्य प्रदेश टुरिझम रिसोर्टच्या मागील रस्त्यावरून जाताना आता भव्य स्तूप दिसायला लागला.

स्तूप बघण्यासाठी मुलांना प्रवेश निःशुल्क असल्याचे कळल्यावर सगळेच खूश झाले. एक किलोमीटर अंतराच्या खड्या चढावरून आम्ही गाडीने प्रवेशद्वारापर्यंत गेलो. आम्ही गाडीने गेलो; पण पर्यटक तिथेपर्यंत चालतही जाऊ शकतात.

सुरक्षा तपासणी करून आत गेल्यावर एक दगडी वाट आम्हाला स्तूपाच्या उत्तरेकडील प्रवेशद्वाराकडे घेऊन गेली.

स्तूप म्हणजे काय? स्तूप म्हणजे बुद्धांचं किंवा त्यांच्या महान शिष्यांचं स्मृतिस्थान. त्याचा आकार अर्ध्या चेंडूसारखा असतो; पण तो चेंडूसारखा पोकळ नसतो, तर भरीव असतो. त्याची बाहेरची बाजू विटांची किंवा दगडांची असते.

तोरण

४

छत्र
हार्मिका
स्तूप
तोरण
तोरण
परिक्रमा

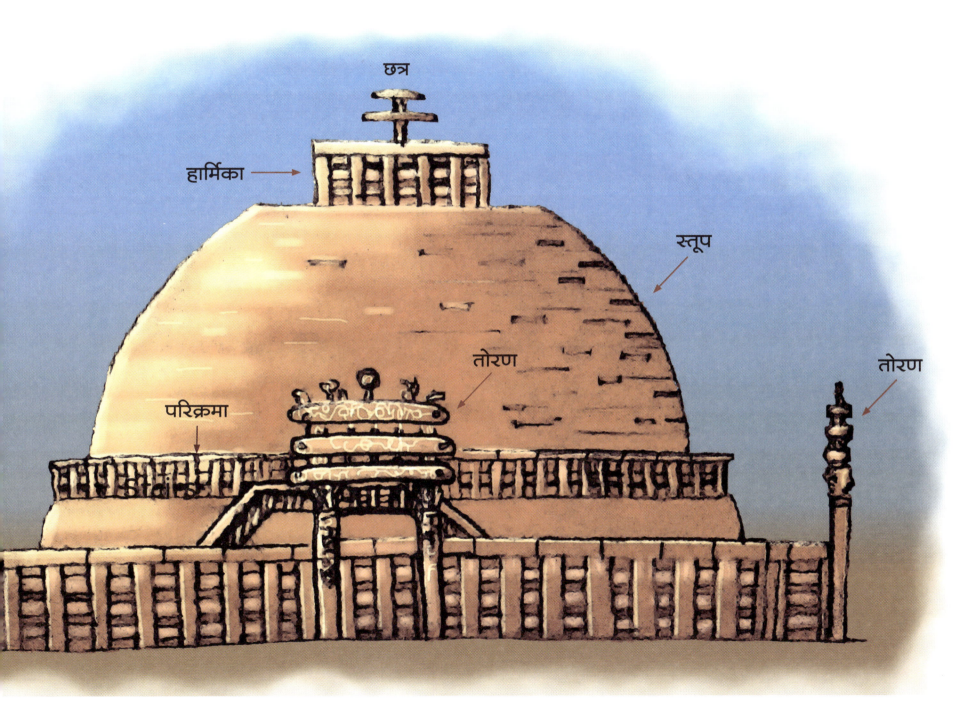

स्तूप - आकाशातील गरुडाला जसा दिसेल तसा

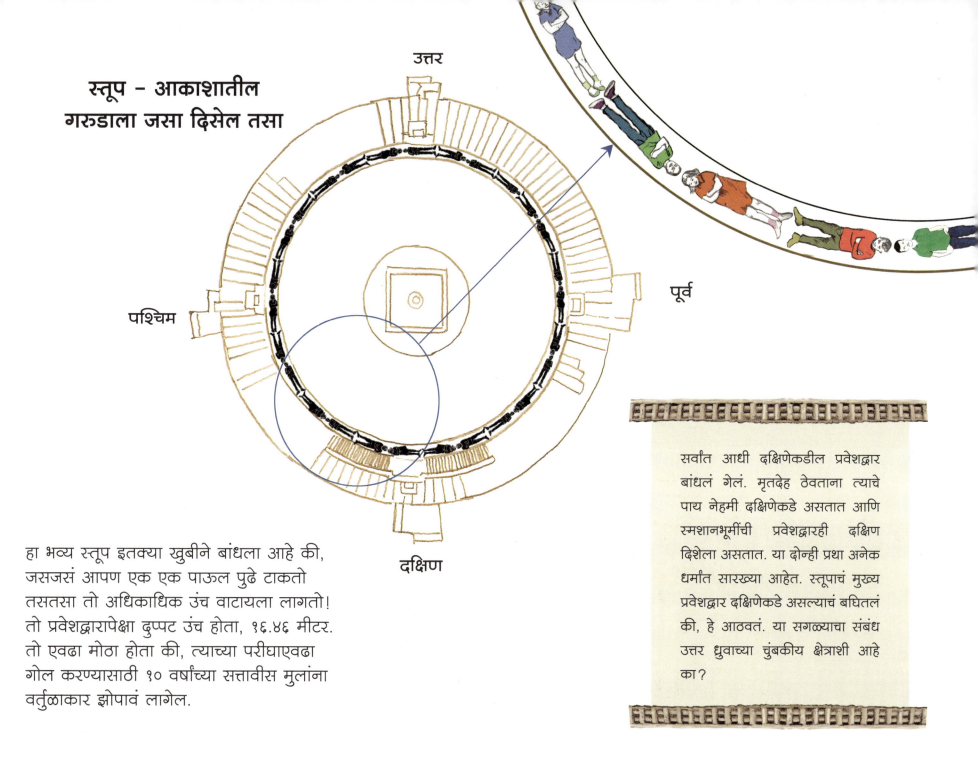

हा भव्य स्तूप इतक्या खुबीने बांधला आहे की, जसजसं आपण एक एक पाऊल पुढे टाकतो तसतसा तो अधिकाधिक उंच वाटायला लागतो! तो प्रवेशद्वारापेक्षा दुप्पट उंच होता, १६.४६ मीटर. तो एवढा मोठा होता की, त्याच्या परीघाएवढा गोल करण्यासाठी १० वर्षांच्या सत्तावीस मुलांना वर्तुळाकार झोपावं लागेल.

सर्वांत आधी दक्षिणेकडील प्रवेशद्वार बांधलं गेलं. मृतदेह ठेवताना त्याचे पाय नेहमी दक्षिणेकडे असतात आणि स्मशानभूमींची प्रवेशद्वारही दक्षिण दिशेला असतात. या दोन्ही प्रथा अनेक धर्मांत सारख्या आहेत. स्तूपाचं मुख्य प्रवेशद्वार दक्षिणेकडे असल्याचं बघितलं की, हे आठवतं. या सगळ्याचा संबंध उत्तर ध्रुवाच्या चुंबकीय क्षेत्राशी आहे का?

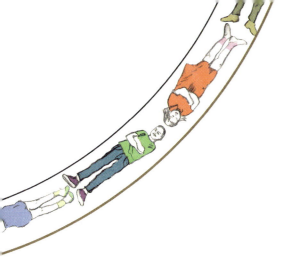

लांबून बघताना स्तूपाची प्रवेशद्वारं म्हणजेच *तोरणं*, स्तूपाएवढी उंच वाटतात; पण प्रत्यक्षात ती ८.५ मीटर उंच आहेत म्हणजे साधारणपणे दहा वर्षांच्या सहा मुलांची एकत्र उंची.

लांबून रस्त्यावरून पाहताना ही प्रवेशद्वारं खूपच साधी वाटतात; पण जवळ जाऊन बघितलं तर त्यांच्यावर अगदी जिवंत वाटावं असं बरंच कोरीवकाम केलेलं दिसलं. मुलांपेक्षा थोड्या उंचावर असलेली शिल्पं त्यांना आवर्जून दाखवावी लागत होती.

या सगळ्या मुलांचं फक्त वय आणि उंची वेगवेगळी नव्हती, तर त्यांची व्यक्तिमत्त्वंही वेगवेगळी होती. त्या सगळ्या शिल्पांमध्ये त्यांना त्यांच्या आवडीच्या गोष्टी दिसत होत्या. प्रत्येकाला आपापल्या उंचीवरचं दिसत होतं, त्यामुळे सोहेल जेव्हा त्यांना शिल्पांमध्ये कोरलेल्या सिंहाबद्दल किंवा म्हशीबद्दल सांगत होता, तेव्हा मुलं कुंपणाखालून फिरणाऱ्या पाली निरखत होती.

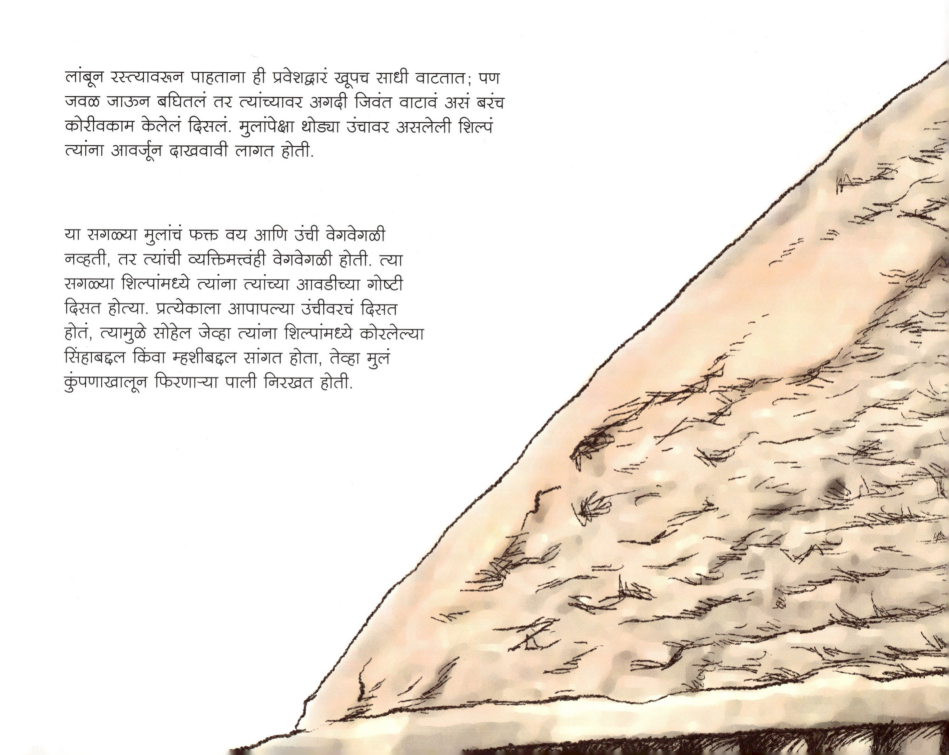

आता सगळी मुलं खूप उत्साहात त्यांनी पाहिलेल्या गोष्टींची उजळणी एकाच वेळी एकाच सुरात करत होती.

"या स्त्रिया मंदिरात प्रार्थना करत आहेत."

"हे पिंपळाचं झाड आहे."

"इथे हनुमान आहे."

"इथे दोन हनुमान आहेत."

तेवढ्यात सोहेलने त्यांना विचारलं, "तुम्हाला कसं माहीत की, हा हनुमान आहे?"

"हे तसेच दिसतायेत. फक्त त्यांचं नाक तुटलेलं आहे."

हे ऐकून सोहेल म्हणाला, "हा हनुमान नाहीये. हे भगवान बुद्धांना नैवेद्य अर्पण करणारं एक माकड आहे. स्तूप बघायला येणारे पर्यटक बऱ्याचदा शिल्पांना हात लावतात, त्यामुळे किंवा कोणीतरी दगड मारल्यामुळे हे तुटलेलं दिसतंय."

उत्तरेकडील प्रवेशद्वारावर असलेल्या सगळ्या शिल्पांपैकी उजवीकडच्या खांबावर माकड बुद्धदेवांना मधाची वाटी देत आहे, याचं मुलांना खूप कुतूहल वाटलं. एक माकड बुद्धदेवांना मधाची वाटी देत आहे, असा प्रसंग कोरलेला आहे. या प्रसंगात, पहिलं शिल्पं ते माकड मधाची वाटी बुद्धदेवांना देत असल्याचं आहे आणि नंतर तेच माकड रिकामी झालेली वाटी परत घेऊन जातानाचं आहे, त्यामुळे तिथे दोन माकडं दिसत असली तरी ती दोन नसून ते एकच माकड आहे.

बुद्ध स्वतः या शिल्पांमध्ये कुठेच नाहीये हे तुमच्या लक्षात आलं का? पिंपळाचं झाड किंवा स्तूप यांच्या रूपात त्यांना दाखवलं आहे. त्यांच्या मृत्यूनंतर बऱ्याच वर्षांनी म्हणजे जवळ जवळ पाच दशकांनंतर लोकांनी स्वतःच्या कल्पनेतून बुद्धांची शिल्पं कोरायला सुरुवात केली.

'जातक कथा' म्हणजे बुद्धांनी त्यांची शिकवण देण्यासाठी सांगितलेल्या कथा. या कथा त्यांच्या शिष्यांनी लिहून ठेवल्या आणि चारही दिशांना सर्वदूर पसरवल्या.

एक दिवस एक हत्ती बुद्धांना पाणी आणि फळं अर्पण करत असलेलं एका माकडाने बघितलं. माकडालाही बुद्धांना काही अर्पण करायची इच्छा झाली म्हणून त्यानी मधाचं पोळं भेट दिलं; पण बुद्धांनी मध खाल्ला नाही. मधाबरोबर पोळ्यामधील अंडीही नष्ट झाली असती म्हणून बुद्धांनी मध खाल्ला नाही हे माकडाला जाणवलं. त्याने पोळ्यातली सगळी अंडी काढली आणि मध पुन्हा अर्पण केला. या वेळेस बुद्धांनी मधाचा आनंदाने स्वीकार केला. ते बघून माकडाला एवढा आनंद झाला की, ते नाचायला आणि उड्या मारायला लागलं. उड्या मारत असतानाच अचानक ते घसरलं, खाली पडलं आणि मेलं. माकडाची भक्ती बुद्धांना एवढी भावली की, त्यांनी त्या माकडाचा पुनर्जन्म स्वर्गात होईल, अशी भविष्यवाणी केली.

नाक तुटलेल्या माकडाबद्दल मुलांची चर्चा चालू असतानाच स्नेहाने विचारलं, ''सर, हे प्रवेशद्वार का बांधलं?''

''सुरुवातीला ही प्रवेशद्वारं आणि कठडे अस्तित्वात नव्हते,'' सोहेल म्हणाला. ''पण जेव्हा कठडे घातले, तेव्हा त्यांना ही प्रवेशद्वारं बांधावीच लागली. कठडे, भिंती आणि कुंपणं नेहमीच तुम्हाला लांब ठेवतात; पण दरवाजे, द्वारं आणि कमानी नेहमी तुमचं स्वागत करतात. इतर शहरांमध्येसुद्धा अशीच भव्य प्रवेशद्वारं आहेत. मला खात्री आहे की, तुम्ही त्यांची नावं नक्कीच सांगू शकता.''

सगळ्यांनी एकदम नावं घ्यायला सुरुवात केली - ''इंडिया गेट!'' ''गेट वे ऑफ इंडिया!'' ''बुलंद दरवाजा!'' ''चारमिनार!''

सोहेल म्हणाला, ''हो, ही सगळी प्रवेशद्वारं प्रेम, युद्ध, विजय किंवा एखादं नवीन शहर सापडल्यावर बांधली आहेत. सांचीमधली प्रवेशद्वारं ही बुद्धदेवांची शिकवण चारही दिशांना पसरली आहे याचं प्रतीक आहेत.

ज्याप्रमाणे दक्षिणेकडील प्रवेशद्वाराच्या खांबांवर चार दिशांकडे तोंड केलेले सिंह आहेत, त्याप्रमाणेच उत्तरेकडील प्रवेशद्वाराच्या खांबांवर चार हत्ती आहेत.''

आम्ही उत्तर प्रवेशद्वारापाशी डावीकडे वळलो, तेव्हा बराच वेळ गप्प असणारा अनिकेश अचानक थांबला आणि त्याने स्तूपाच्या पायथ्याशी असलेल्या वर्तुळाकार खड्ड्यात आपलं छोटंसं बोट घातलं.

''सर, ही कसली छिद्रं आहेत?'' त्याने विचारलं.

या छिद्रांकडे आमचं लक्ष यापूर्वी कधीच गेलं नव्हतं. आम्ही थांबून बघितलं, तर जमिनीपासून तीन फुटांवर सगळीकडेच अशी छिद्रं होती.

सोहेल म्हणाला, ''ही नवीन दिसत आहेत. बहुतेक, पावसाचं पाणी वाहून जाण्यासाठी ही छिद्रं पाडलेली असावीत. पाऊस पडल्यावर स्तूपाच्या वरच्या भागात पडलेल्या भेगांमधून पाणी आत जाऊ शकतं. ते पाणी बाहेर काढलं नाही आणि आतमध्ये जमा होत गेलं तर पाणी झिरपल्यामुळे स्तूपाची पडझड होऊ शकते.''

मोठ्या माणसांच्या नजरेला ही छिद्रं कधीच पडत नसावीत. कारण, ते सहसा त्यांच्या नजरेत येणाऱ्या गोष्टीच बघतात. धन्यवाद, अनिकेश!

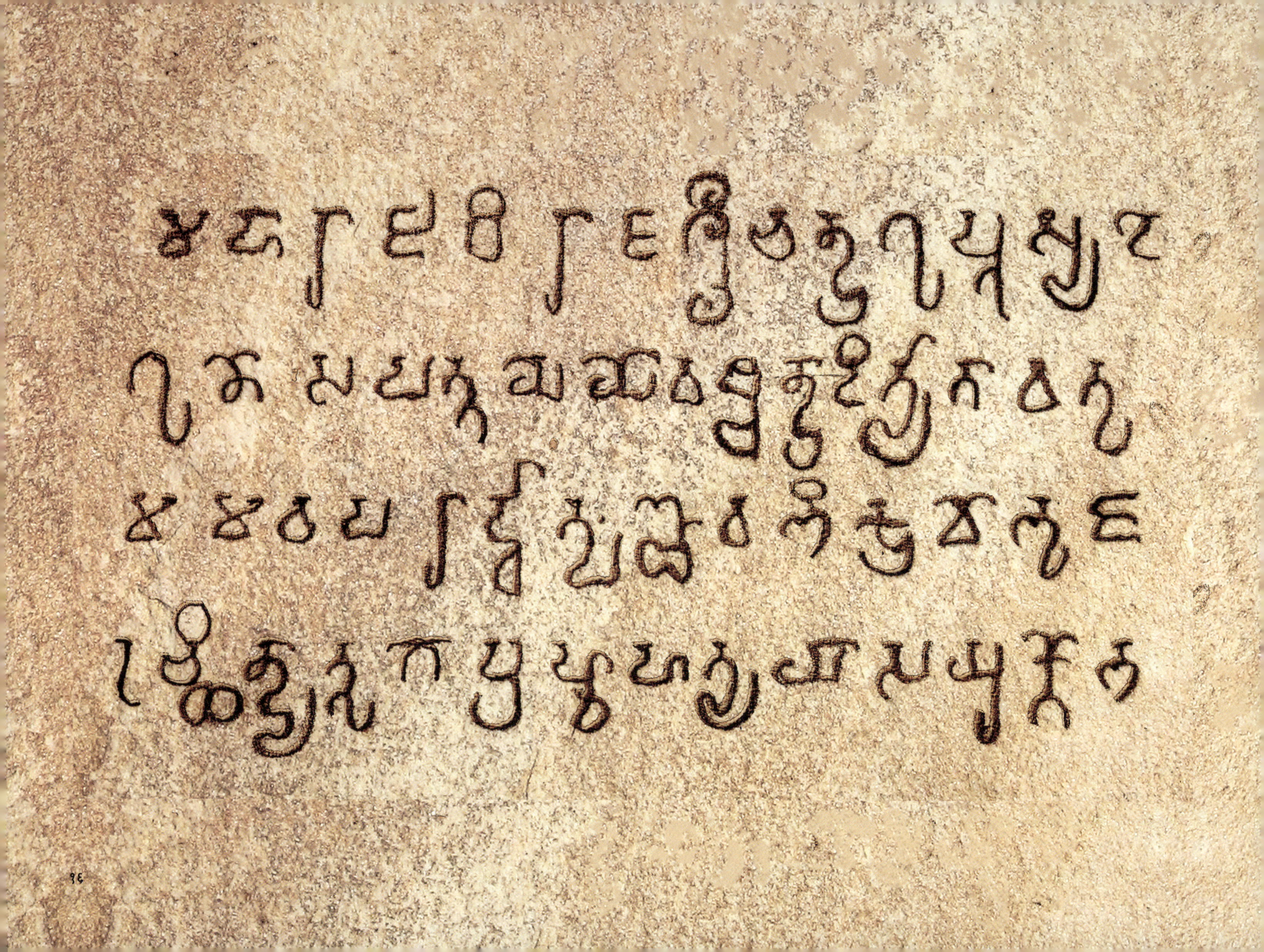

थोडं पुढे गेल्यावर स्तूपाच्या खालच्या बाजूला अपरिचित लिपीत लिहिलेल्या मजकुराकडे चंदननी लक्ष वेधलं आणि हे काय लिहिलं आहे, असं विचारलं.

सोहेल म्हणाला, ''मी हे वाचू शकत नाही; पण मला नेहमी असं सांगितलं गेलंय की, ही माणसांची नावं आहेत. लोकांनी एकत्र येऊन दिलेल्या देणग्यांतून हा स्तूप बांधला आहे. ज्यांनी ज्यांनी हे बांधण्यासाठी देणगी दिली, त्यांची नावं या खांबांवरील दगडांवर आणि फरसबंदीवर कोरलेली आहेत. ही लिपी कोणती असेल, याचा अंदाज तुम्ही बांधू शकता का?''

''प्राकृत?''

''इंग्लिश?''

''उर्दू!''

''प्राकृत ही भाषा होती; पण ती कोणत्या लिपीत लिहिली जायची?'' सोहेलने विचारलं.

मुलं म्हणाली, ''प्राकृत!''

''बरं, तुम्ही हिंदी कशी लिहिता?''

''हिंदीत.''

''नाही, हिंदी आपण नागरी *लिपीत* लिहितो. इंग्लिश रोमन *लिपीत* आणि उर्दू पर्शियन *लिपीत*. ही ब्राह्मी *लिपी* आहे. प्राचीन प्राकृत भाषा ब्राह्मी *लिपीत* लिहिली जायची.''

ब्राह्मी आणि प्राकृतवर चर्चा चालू असतानाच अनुष्काला तहान लागली म्हणून प्रिया ताई तिच्यासाठी पाणी आणायला गेली.

''चला, अनुष्काचं पाणी पिऊन होईपर्यंत तुम्हाला एक गोष्ट दाखवतो. या दगडी कठड्याचे जोड बघा.''

''बांबूच्या खाटा अशाच बनवतात,'' रोहित म्हणाला.

''बरोब्बर,'' सोहेल म्हणाला. ''बांबूच्या खाटा, टेबल आणि खुर्च्या अशाच बनवतात. पूर्वी अशा गोष्टी लाकडापासून बनवल्या जायच्या. लोकांनी छिन्नी हातोडीचा वापर करून दगडी कठडे बांधायला सुरुवात करून हजारो वर्षं होऊन गेली. पूर्वी अशा प्रकारचे कठडे ते लाकडामध्ये करायचे. तसेच त्यांनी ते दगडात केले. इथे काम केलेल्या शिल्पकारांपैकी काही शिल्पकार मुळात हस्तिदंतावर आणि लाकडावर कोरीवकाम करणारे होते, असे सांचीतल्या एका दगडावर कोरलेले आहे.''

शिलालेख आणि कठड्यांचे बांधकाम यावर चर्चा करत असतानाच आम्ही पूर्वेकडील प्रवेशद्वाराच्या दक्षिण खांबाजवळ पोहोचलो. तिथे मुलांचं लक्ष अनेक मुख असलेल्या नागाकडे गेलं आणि त्यांची आपापसात बडबड पुन्हा सुरू झाली.

''हे एक मंदिर आहे.''

''आतमध्ये एक मोठा साप आहे.''

''हा आइस्क्रीमचा कोन आहे का?''

''पण यात आइस्क्रीम नाहीये.''

''या होमकुंडातून येणाऱ्या ज्वाळा आहेत.''

''ए, इथली सगळी बदकं बघा!''

''नाही, ते हंस आहेत आणि इथे कमळंसुद्धा आहेत!''

''इथे मगरसुद्धा आहे.''

''नाही, ती एक म्हैस आहे आणि काही लोक नदीमध्ये अंघोळ करत आहेत.''

तिथे खूप गोष्टी कोरलेल्या होत्या.

'मिरॅकल ऑफ द सर्पंट' या गोष्टीबद्दल मुलं बोलत होती. अग्निमंदिरात एक विषारी साप राहायला लागला, तेव्हापासून त्या मंदिराजवळ इतर कोणीही जायचं नाही. जेव्हा गौतम बुद्ध त्या मंदिरात गेले, तेव्हा त्या सापाने अग्नीने आणि धुराने त्यांच्यावर हल्ला केला; पण गौतम बुद्धांनी त्याच अग्नी आणि धुराने त्या सापाला पराभूत केलं. तो हरलेला साप सरपटत गौतम बुद्धांच्या कमंडलूत गेला.

स्नेहा अचानक म्हणाली, ''सर, इथे खूप म्हशी आहेत!''

''तू अगदी बरोबर बोललीस,'' सोहेल म्हणाला. ''जितक्या वेळा मी इथे येतो, तितक्या वेळा मला आश्चर्य वाटतं, सांचीतील सगळ्या कोरीव कामांमध्ये कुठेच गाय दाखवली नाहीये; पण सगळीकडे म्हशी खूप आहेत.

२००० वर्षांपूर्वी जेव्हा स्तूप बांधला गेला तेव्हाच्या सांची आणि इतर परिसरातील हवामानाचा हा परिणाम आहे का?

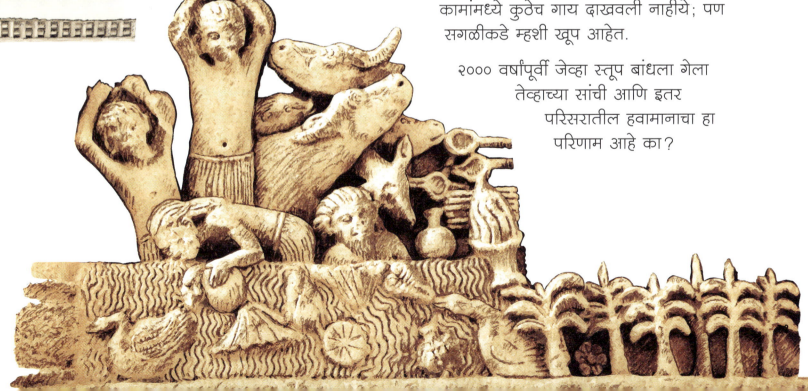

पूर्वेकडील प्रवेशद्वाराला ओलांडून आम्ही दक्षिणेकडील प्रवेशद्वाराशी आलो, जिथे *परिक्रमा* सुरू करण्याचा जिना होता. दक्षिण प्रवेशद्वाराचा वासा खांद्यावर धरलेले बुटके लोक बघत आम्ही वर चढलो. या बुटक्या; पण शक्तिवान अशा काल्पनिक लोकांना आपण ‘गण’ म्हणतो आणि असं समजलं जातं की, संपूर्ण जग त्यांच्या खांद्यावर विसावलं आहे.

सांचीच्या स्तूपाचं बांधकाम चालू होतं, तेव्हा आजूबाजूच्या परिसरात बरीच ग्रीक वस्ती होती, ही लक्षात घेण्याजोगी गोष्ट आहे. त्या काळात हेलिओडोरस हा ग्रीक माणूस तक्षशीला ते विदिषा या विभागाचा दूत होता. हीच विदिषा नगरी सांचीच्या शेजारी होती. ग्रीक असं मानतात की, त्यांच्या सगळ्या देवांपैकी ॲटलास हा देव संपूर्ण जगाचा भार स्वतःच्या खांद्यावर पेलतो. गणांच्या खांद्यावर पृथ्वी विसावली आहे, ही संकल्पना ग्रीकांकडून आली, असं असू शकतं का?

त्या काळात सांचीमध्ये जसे ग्रीक लोक होते, तसेच अफगाणिस्तान, इराक, इराण, मंगोलिया आणि आशिया खंडातील इतर भागांमधील लोकदेखील राहत होते. स्तूपाच्या प्रवेशद्वारावर कोरलेले प्राणी बहुधा या संस्कृतींवरून प्रेरणा घेऊन कोरलेले असावेत.

आम्ही स्तूपाची *परिक्रमा* करायला गेलो आणि थोड्या वेळापूर्वी दक्षिण प्रवेशद्वाराच्या आत असलेलं जे कोरीव काम आम्ही लांबून बघितलं होतं, ते जवळून बघण्यासाठी थांबलो.

हे कोरीव काम करण्यामागे काय विचार असेल, याचा अंदाज बांधायला आम्ही मुलांना सांगितलं. रोहितने ते अचूक हेरलं. तो म्हणाला की, हे सगळे प्राणी बुद्धांच्या *दर्शनाला* आले होते. तो अगदीच बरोबर होता.

हा या सहलीतला सर्वांत आनंददायी क्षण होता. मोठ्या शेळ्या, दोन वाशिंडी उंट, म्हशी, पंख असलेले वाघ, पोपटासारखी चोच असणारे आणि शिंग असणारे सिंह, माणसाचा चेहरा आणि शिंग असलेली शेळी या सगळ्यांकडेच मुलांचं लक्ष जात होतं.

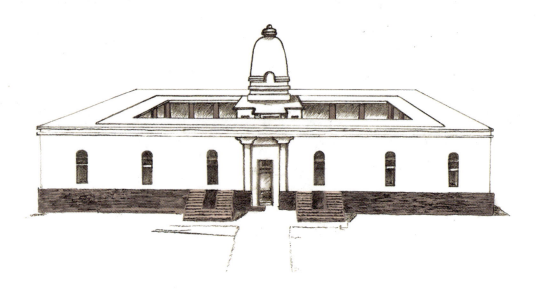

सांचीमध्ये एक भव्य स्तूप, अनेक छोटे-मोठे स्तूप, मंदिरं, बुद्धांची अनेक शिल्पं आणि मठाचे अवशेष अशी बघण्याजोगी अनेक ठिकाणं आहेत.

आत्तापर्यंत दाखवलेल्या गोष्टींमध्ये खूप कमी रस घेतलेल्या सारांशनी विचारलं, ''मठ म्हणजे काय?'' परत जायच्या आधी एक मठ दाखवायचं वचन आम्हाला त्याला द्यावच लागलं.

सांचीमधील मठ आता कार्यरत नाही; पण आपण त्या इमारतीचे भग्न अवशेष बघू शकतो. विद्यार्थी आणि शिक्षक यांची वर्दळ असताना मठ कसा दिसत असेल, याची कल्पना करा.

मठामध्ये लोक बौद्ध धर्माचा अभ्यास करायला आणि भिक्षू बनायला येत. अशाच प्रकारच्या शाळा मुलींसाठीही होत्या, त्यांना स्त्रियांसाठीचे मठ (ननेरी) म्हणत. मठामध्ये प्रवचन कक्ष, प्रार्थना कक्ष आणि खोल्या असत जिथे भिक्षूंना झोपण्यासाठी खोल्या असत.

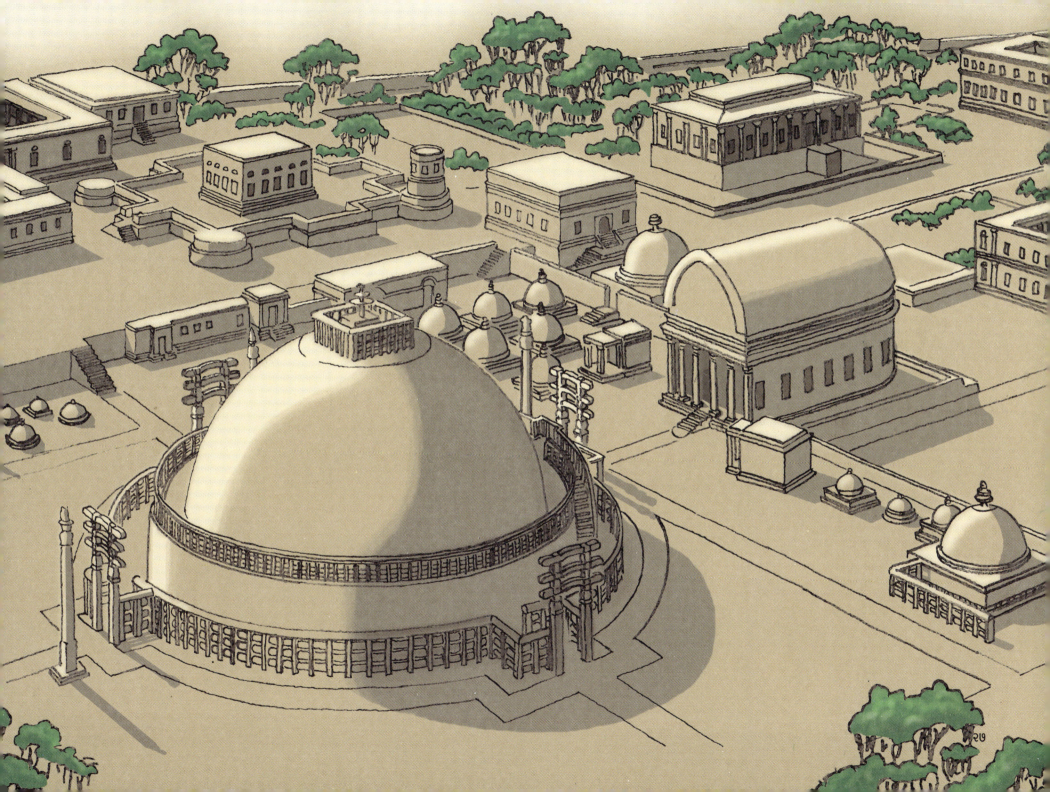

आता मात्र मुलांना परत भूक लागली होती म्हणून आम्ही मध्य प्रदेश टुरिझम रिसॉर्टमध्ये जेवायला गेलो. पिझ्झा, *बिर्याणी* आणि आइस्क्रीम अशी उत्कृष्ट मेजवानी मिळाल्यावर काही अन्न वाया जाण्याची शक्यताच नव्हती.

गप्पा आणि जेवण झाल्यावर छोटी अमूल्या आणि इतर सगळे परतीच्या प्रवासात झोपले. आपण पंख असलेल्या सिंहावर बसलो आहोत, असं स्वप्न अमूल्याला पडत असेल का?

या वेळेस जे बघायचं राहून गेलं ते बघायला सांचीला पुन्हा यावं लागेल. पुढच्या वेळेस आपण पावसाळ्यात जाऊ तेव्हा सांची सर्वांत उत्तम दिसतं. बघण्यासारख्या अजून खूप गोष्टी आहेत.

आता तुमची पाळी!

३०

पठारावरच्या घडामोडी!

ज्वालामुखीच्या स्फोटातून तुम्ही स्वतःला कसे वाचवाल?

मध्य प्रदेशातील सर्वांत उंचावर असलेल्या विस्तीर्ण अशा माळवा पठारावर सांची हे ठिकाण आहे. लक्षावधी वर्षांपूर्वी या प्रदेशात अनेक ज्वालामुखी होते. त्या काळात या प्रदेशात वावर असणाऱ्या डायनॉसोर प्राण्यांचा नायनाट या ज्वालामुखींच्या उद्रेकामुळे झाला असेल का? उष्ण काळा लाव्हारस एखाद्या नदीसारखा वाहतो आहे, असे वर्णन करा.

अनेक प्राण्यांची वैशिष्ट्ये असलेले इतर प्राणी तुम्ही सांगू शकता का?

सांची येथील स्तूपावर शिंग असलेला सिंह आणि पंख असलेला वाघ कोरलेला आहे. जगभरात अनेक प्राणिमात्र विलक्षण वैशिष्ट्यं असलेली आहेत. उदाहरणार्थ, स्फिंक्स, ज्याचं डोकं एखाद्या स्त्रीचं आहे आणि उरलेलं शरीर सिंहाचं.

छोट्या की मोठ्या : तुम्हाला कोणत्या इमारती आवडतात?

सांचीतील स्तूपावर जे कोरीवकाम आहे, त्याचं प्रमाण खूप असलं तरी आकाराने खूपच लहान आहे. आजकाल जे पुतळे किंवा इमारती बनवल्या जातात, त्या खूपच मोठ्या असतात. दुबईमधील बुर्ज खलिफाची उंची तर ढगांच्याही वर आहे. मोठ्या आणि उंच इमारती छोट्या इमारतींपेक्षा जास्त थरारक वाटतात का? की छोट्या इमारतींमध्ये खूप बारीकाईने केलेलं काम बघायला मिळतं? जगातला सर्वांत उंच माणूसदेखील बुर्ज खलिफाचं टोक बघू शकत नाही.

'सांची' हा शब्द वेगवेगळ्या भाषांमध्ये लिहिला तर वेगवेगळा दिसतो. तुम्ही आणि तुमचे मित्र किती वेगवेगळ्या प्रकारे 'सांची' हा शब्द लिहू शकता?

तुम्हाला किती भाषांमध्ये लिहिता येतं? 'सांची' हा शब्द जास्तीत जास्त भाषांमध्ये लिहा. तुम्ही आणि तुमचे मित्र एक नवीन भाषा तयार करू शकता. या भाषेची सोपी वर्णमाला तयार करा.

सांची येथे असलेला चार सिंहांचा पुतळा तुम्ही अजून कुठे बघितला आहे?

तसाच एक पुतळा भारताचं राष्ट्रचिन्ह आहे. कधी कधी, एखादा पुतळ्यावर किंवा इमारतीवर असलेले प्राणी किंवा नक्षी यांचा संबंध काही संज्ञांशी असतो. उदाहरणार्थ, पांढरं कबूतर शांतीचं प्रतीक आहे. भारताच्या मुद्रेवर असलेले प्राणी आणि इतर चिन्हांचा अर्थ काय असेल, याचा अंदाज बांधू शकता का?

मंजुल पब्लिशिंग हाउस

पुणे संपादकीय कार्यालय
फ्लॅट नं. 1, पहिला मजला, समर्थ अपार्टमेंट्स,
1031 टिळक रोड, पुणे – 411 002

व्यावसायिक आणि संपादकीय कार्यालय
दुसरा मजला, उषा प्रीत कॉम्प्लेक्स, 42 मालवीय नगर, भोपाळ – 462 003

विक्री आणि विपणन कार्यालय
7/32, अंसारी रोड, दर्यागंज, नवी दिल्ली – 110 002
वेबसाइट : www.manjulindia.com

वितरण केंद्रे
अहमदाबाद, बंगळुरू, भोपाळ, कोलकाता, चेन्नई,
हैदराबाद, मुंबई, नवी दिल्ली, पुणे

मूळ इंग्लिश आवृत्ती **मेपिन पब्लिशिंग** तर्फे
2018 साली प्रथम प्रकाशित

प्रस्तुत मराठी आवृत्ती **मंजुल पब्लिशिंग हाउस प्रा. लि.** तर्फे 2021 साली प्रथम प्रकाशित

ISBN : 978-93-89647-54-9

मराठी अनुवाद : चिन्मया सुमंत-कुलकर्णी

मुद्रण व बाईंडिंग : पार्कसन्स ग्राफिक्स प्रा. लि. मुंबई

आतील मजकूर व चित्रे ©
मेपिन पब्लिशिंग

आंतरराष्ट्रीय कॉपीराइट करारानुसार सर्वाधिकार सुरक्षित आहेत. प्रकाशकाच्या लेखी परवानगीशिवाय या पुस्तकातील कोणत्याही भागाचे छायाचित्र, इलेक्ट्रॉनिक्स अथवा कोणत्याही यंत्राद्वारे रेकॉर्डिंग, कोणत्याही माध्यमातून, अथवा जतन वा पुनर्वापर प्रणालीद्वारे, कोणत्याही रूपात पुनर्निर्मिती किंवा प्रसार-वितरण करता येणार नाही.

या कार्याचे नैतिक अधिकार लेखक व चित्रकार यांचेकडे सुरक्षित आहेत.

मूळ इंग्लिश आवृत्तीच्या शृंखलेचे संपादन :
नारायणी गुप्ता

मूळ इंग्लिश संहिता-संपादन : मिथिला रंगराजन/
मेपिन संपादकीय

डिझाइन आणि प्रॉडक्शन : गोपाल लीम्बड,
दर्शित मोरी/मेपिन डिझाइन स्टुडियो

टाटा ट्रस्टच्या पराग इनिशिएटिव्हच्या सहयोगाने प्रस्तुत पुस्तकाची निर्मिती झाली आहे.

मूळ इंग्लिश आवृत्तीचे संपादक मंडळ
कृष्ण कुमार
गिरीश जोशी
स्वाहा साहू
सोपान जोशी
नारायणी गुप्ता

लेखक : सोहेल हाश्मी यांना भारतातील अल्पप्रसिद्ध ठिकाणं त्यांचे मित्र, कुटुंब आणि कॅमेरा यांना बरोबर घेऊन बघायला आवडतं. लहान मुलांना आणि आता मोठ्यांनासुद्धा दिल्ली शहराचा विस्मयकारक इतिहास आणि शहराचा वारसा यांची माहिती करून देण्यासाठी त्यांनी २००७ साली 'दिल्ली हेरिटेज वॉक्स विथ सोहेल हाश्मी' याची सुरुवात केली. लोकांना भारतीय संस्कृतीची ओळख करून देण्यासाठी ते चित्रपटही तयार करतात. २००० वर्षांपूर्वीचे कोरीवकाम आणि मोठा इतिहास असलेले सांची हे त्यांच्या आवडत्या ठिकाणांपैकी एक असल्याने हे पुस्तक लिहिताना त्यांना मजा आली.

चित्रकार : परवेज राजन हे असे चित्रकार आहेत, ज्यांनी भारतातील अनेक शहरांमध्ये काम केलं आहे. त्यांनाही प्रवासाची आणि नवीन ठिकाणं बघण्याची आवड आहे! कर्नाटकातील हंपीजवळ असलेल्या अनेगुंडी इथे येणाऱ्या पर्यटकांना, येथील शिल्प समूहाचं सौंदर्य समजायला मदत व्हावी म्हणूनही त्यांनी चित्रं काढली आहेत. या वास्तू आणि त्यांच्यावर केलेल्या कोरीवकामातील तपशील त्यांना भारावून टाकतात, त्यामुळेच सांची येथील अनेक वैशिष्ट्यं चित्रांतून दाखवणं त्यांच्यासाठी खूपच आनंददायी काम होतं. त्यांच्या कलेचा वापर अनेक प्रकारच्या लोकांशी संवाद साधण्यासाठी होत राहावा, अशी आशा त्यांना आहे.

अनुवादक : चिन्मया सुमंत-कुलकर्णी, (MJMC, Masters in Journalism and Mass Communication.)

चिन्मया सुमंत-कुलकर्णी या गेली सहा वर्ष मराठी पुस्तक प्रकाशन क्षेत्रात कार्यरत आहेत. एडिट मित्र या प्रकाशन क्षेत्रात कार्यरत असलेल्या संस्थेच्या त्या संस्थापक आहेत. एडिट मित्रतर्फे, मराठी शुद्धलेखन, संपादन आणि अनुवाद या विषयांवर त्या कार्यशाळा आयोजित करतात, तसेच एडिट मित्रच्या शब्दस्पर्श या दिवाळी अंकासाठी त्यांनी कार्यकारी संपादक म्हणूनही काम केलं आहे.